TRANZLATY

Sprache ist für alle da

Tungumál er fyrir alla

Die Schöne und das Biest

Fegurðin og Dýrið

Gabrielle-Suzanne Barbot de Villeneuve

Deutsch / Íslenska

Copyright © 2025 Tranzlaty
All rights reserved
Published by Tranzlaty
ISBN: 978-1-80572-014-0
Original text by Gabrielle-Suzanne Barbot de Villeneuve
La Belle et la Bête
First published in French in 1740
Taken from The Blue Fairy Book (Andrew Lang)
Illustration by Walter Crane
www.tranzlaty.com

Es war einmal ein reicher Kaufmann
Þar var einu sinni ríkur kaupmaður
dieser reiche Kaufmann hatte sechs Kinder
þessi ríki kaupmaður átti sex börn
Er hatte drei Söhne und drei Töchter
hann átti þrjá syni og þrjár dætur
Er hat keine Kosten für ihre Ausbildung gescheut
hann sparaði engan kostnað við menntun þeirra
weil er ein vernünftiger Mann war
því hann var skynsamur maður
aber er gab seinen Kindern viele Diener
en hann gaf börnum sínum marga þjóna
seine Töchter waren überaus hübsch
dætur hans voru einstaklega fallegar
und seine jüngste Tochter war besonders hübsch
og yngsta dóttir hans var sérstaklega falleg
Schon als Kind wurde ihre Schönheit bewundert
sem barn var fegurð hennar þegar dáð
und die Leute nannten sie nach ihrer Schönheit
og fólkið kallaði hana fyrir fegurð hennar
Ihre Schönheit verblasste nicht, als sie älter wurde
fegurð hennar dofnaði ekki þegar hún varð eldri
Deshalb nannten die Leute sie weiterhin wegen ihrer Schönheit
svo fólkið hélt áfram að kalla hana af fegurð hennar
das machte ihre Schwestern sehr eifersüchtig
þetta gerði systur hennar mjög afbrýðisamar
Die beiden ältesten Töchter waren sehr stolz
báðar elstu dæturnar höfðu mikið stolt
Ihr Reichtum war die Quelle ihres Stolzes
auður þeirra var uppspretta stolts þeirra
und sie verbargen ihren Stolz nicht
og þeir leyndu ekki stolti sínu heldur
Sie besuchten nicht die Töchter anderer Kaufleute
ekki heimsóttu þær aðrar kaupmannadætur
weil sie nur mit Aristokraten zusammentreffen

vegna þess að þeir hitta aðeins aðalsmenn
Sie gingen jeden Tag zu Partys
þeir fóru út á hverjum degi í veislur
Bälle, Theaterstücke, Konzerte usw.
böll, leikrit, tónleikar og svo framvegis
und sie lachten über ihre jüngste Schwester
og hlógu að yngstu systur sinni
weil sie die meiste Zeit mit Lesen verbrachte
því hún eyddi mestum tíma sínum í lestur
Es war allgemein bekannt, dass sie reich waren
það var kunnugt að þeir voru ríkir
so hielten mehrere bedeutende Kaufleute um ihre Hand an
báðu því nokkrir ágætir kaupmenn um hönd sína
aber sie sagten, sie würden nicht heiraten
en þeir sögðust ekki ætla að giftast
aber sie waren bereit, einige Ausnahmen zu machen
en þeir voru reiðubúnir að gera nokkrar undantekningar
„Vielleicht könnte ich einen Herzog heiraten"
„Ég gæti kannski gifst hertoga"
„Ich schätze, ich könnte einen Grafen heiraten"
„Ég býst við að ég gæti gifst jarli"
Schönheit dankte sehr höflich denen, die ihr einen Antrag gemacht hatten
fegurð þakkaði mjög kurteislega þeim sem buðu henni
Sie sagte ihnen, sie sei noch zu jung zum Heiraten
hún sagði þeim að hún væri enn of ung til að giftast
Sie wollte noch ein paar Jahre bei ihrem Vater bleiben
hún vildi vera í nokkur ár í viðbót hjá föður sínum
Auf einmal verlor der Kaufmann sein Vermögen
Allt í einu missti kaupmaðurinn auð sinn
er verlor alles außer einem kleinen Landhaus
hann missti allt fyrir utan lítið sveitahús
und er sagte seinen Kindern mit Tränen in den Augen:
Og hann sagði börnum sínum með tár í augunum:
„Wir müssen aufs Land gehen"
„við verðum að fara í sveitina"

„**und wir müssen für unseren Lebensunterhalt arbeiten**"
"og við verðum að vinna fyrir lífinu"
die beiden ältesten Töchter wollten die Stadt nicht verlassen
tvær elstu dæturnar vildu ekki fara úr bænum
Sie hatten mehrere Liebhaber in der Stadt
þeir áttu nokkra ástmenn í borginni
und sie waren sicher, dass einer ihrer Liebhaber sie heiraten würde
og þeir voru vissir um að einn elskhugi þeirra myndi giftast þeim
Sie dachten, ihre Liebhaber würden sie heiraten, auch wenn sie kein Vermögen hätten
þeir héldu að elskendur þeirra myndu giftast þeim jafnvel án auðæfa
aber die guten Damen haben sich geirrt
en góðu dömunum skjátlaðist
Ihre Liebhaber verließen sie sehr schnell
elskendur þeirra yfirgáfu þá mjög fljótt
weil sie kein Vermögen mehr hatten
því að þeir áttu enga gæfu framar
das zeigte, dass sie nicht wirklich beliebt waren
þetta sýndi að þeir voru í raun ekki vel liðnir
alle sagten, sie verdienen kein Mitleid
allir sögðu að þeir ættu ekki skilið að vera vorkunnir
„**Wir sind froh, dass ihr Stolz gedemütigt wurde**"
„við erum ánægð að sjá stolt þeirra auðmýkt"
„**Lasst sie stolz darauf sein, Kühe zu melken**"
„leyfum þeim að vera stoltir af því að mjólka kýr"
aber sie waren um Schönheit besorgt
en þeim var umhugað um fegurð
sie war so ein süßes Geschöpf
hún var svo ljúf skepna
Sie sprach so freundlich zu armen Leuten
hún talaði svo vinsamlega við fátækt fólk
und sie war von solch unschuldiger Natur
og hún var svo saklaus að eðlisfari

Mehrere Herren hätten sie geheiratet
Nokkrir herrar hefðu gifst henni
Sie hätten sie geheiratet, obwohl sie arm war
þau hefðu gifst henni þó hún væri fátæk
aber sie sagte ihnen, sie könne sie nicht heiraten
en hún sagði þeim að hún mætti ekki giftast þeim
weil sie ihren Vater nicht verlassen wollte
því hún vildi ekki yfirgefa föður sinn
sie war entschlossen, mit ihm aufs Land zu fahren
hún var staðráðin í að fara með honum í sveitina
damit sie ihn trösten und ihm helfen konnte
svo að hún gæti huggað hann og hjálpað honum
Die arme Schönheit war zunächst sehr betrübt
Fátækur fegurð var mjög harmur í fyrstu
sie war betrübt über den Verlust ihres Vermögens
hún var harmþrungin yfir auðæfum sínum
„Aber Weinen wird mein Schicksal nicht ändern"
"en grátur mun ekki breyta örlögum mínum"
„Ich muss versuchen, ohne Reichtum glücklich zu sein"
„Ég verð að reyna að gera mig hamingjusaman án auðs"
Sie kamen zu ihrem Landhaus
þeir komu í sveit sína
und der Kaufmann und seine drei Söhne widmeten sich der Landwirtschaft
og kaupmaðurinn og þrír synir hans lögðu sig fram við búskap
Schönheit stand um vier Uhr morgens auf
fegurðin reis upp klukkan fjögur að morgni
und sie beeilte sich, das Haus zu putzen
og hún flýtti sér að þrífa húsið
und sie sorgte dafür, dass das Abendessen fertig war
og hún sá til þess að kvöldmaturinn væri tilbúinn
ihr neues Leben fiel ihr zunächst sehr schwer
í upphafi fannst henni nýja lífið mjög erfitt
weil sie diese Arbeit nicht gewohnt war
vegna þess að hún hafði ekki verið vön slíkri vinnu

aber in weniger als zwei Monaten wurde sie stärker
en á innan við tveimur mánuðum efldist hún
und sie war gesünder als je zuvor
og hún var heilbrigðari en nokkru sinni fyrr
nachdem sie ihre arbeit erledigt hatte, las sie
eftir að hún hafði unnið verk sitt las hún
sie spielte Cembalo
hún lék á sembal
oder sie sang, während sie Seide spann
eða hún söng á meðan hún spunni silki
im Gegenteil, ihre beiden Schwestern wussten nicht, wie sie ihre Zeit verbringen sollten
þvert á móti vissu tvær systur hennar ekki hvernig þær ættu að eyða tíma sínum
Sie standen um zehn auf und taten den ganzen Tag nichts anderes als herumzufaulenzen
þeir fóru á fætur klukkan tíu og gerðu ekki annað en að liggja í leti allan daginn
Sie beklagten den Verlust ihrer schönen Kleider
þeir harmuðu tjón af fínu fötunum sínum
und sie beklagten sich über den Verlust ihrer Bekannten
og kvörtuðu þeir yfir að missa kunningja sína
„Schau dir unsere jüngste Schwester an", sagten sie zueinander
„Líttu á yngstu systur okkar," sögðu þau við hvort annað
„Was für ein armes und dummes Geschöpf sie ist"
"hvað hún er léleg og heimsk skepna"
„Es ist gemein, mit so wenig zufrieden zu sein"
"það er vont að vera sáttur við svona lítið"
der freundliche Kaufmann war ganz anderer Meinung
hinn góði kaupmaður var á allt annarri skoðun
er wusste sehr wohl, dass Schönheit ihre Schwestern übertraf
hann vissi vel, að fegurðin skartaði systur hennar
Sie übertraf sie sowohl charakterlich als auch geistig
hún skartaði þeim í karakter jafnt sem huga

er bewunderte ihre Bescheidenheit und ihre harte Arbeit
hann dáðist að auðmýkt hennar og dugnaði hennar
aber am meisten bewunderte er ihre Geduld
en mest dáðist hann að þolinmæði hennar
Ihre Schwestern überließen ihr die ganze Arbeit
systur hennar létu hana eftir allt verkið
und sie beleidigten sie ständig
og þeir móðguðu hana hverja stund
Die Familie hatte etwa ein Jahr lang so gelebt
Þannig hafði fjölskyldan búið í um eitt ár
dann bekam der Kaufmann einen Brief von einem Buchhalter
þá fékk kaupmaðurinn bréf frá bókhaldara
er hatte in ein Schiff investiert
hann átti fjárfestingu í skipi
und das Schiff war sicher angekommen
og var skipið komið heilu og höldnu
diese Nachricht ließ die beiden ältesten Töchter staunen
t fréttir hans sneru höfuðið á tveimur elstu dætrunum
Sie hatten sofort die Hoffnung, in die Stadt zurückzukehren
þeir gerðu sér strax vonir um að snúa aftur í bæinn
weil sie des Landlebens überdrüssig waren
vegna þess að þeir voru frekar þreyttir á sveitalífinu
Sie gingen zu ihrem Vater, als er ging
þeir fóru til föður síns er hann var að fara
Sie baten ihn, ihnen neue Kleider zu kaufen
þeir báðu hann kaupa sér ný föt
Kleider, Bänder und allerlei Kleinigkeiten
kjólar, slaufur og alls konar smáhlutir
aber die Schönheit verlangte nichts
en fegurðin bað ekki um neitt
weil sie dachte, das Geld würde nicht reichen
vegna þess að hún hélt að peningarnir myndu ekki duga
es würde nicht reichen, um alles zu kaufen, was ihre Schwestern wollten
það væri ekki nóg til að kaupa allt sem systur hennar vildu

„Was möchtest du, Schönheit?", fragte ihr Vater
"Hvað myndirðu vilja, fegurð?" spurði faðir hennar
"Danke, Vater, dass du so nett bist, an mich zu denken",
sagte sie
„Þakka þér, faðir, fyrir það góða að hugsa um mig," sagði hún
„Vater, sei so freundlich und bring mir eine Rose mit"
"faðir, vertu svo góður að færa mér rós"
„weil hier im Garten keine Rosen wachsen"
"því engar rósir vaxa hér í garðinum"
„und Rosen sind eine Art Rarität"
"og rósir eru eins konar sjaldgæfur"
Schönheit mochte Rosen nicht wirklich
fegurð var ekki alveg sama um rósir
sie bat nur um etwas, um ihre Schwestern nicht zu verurteilen
hún bað bara um eitthvað til að fordæma ekki systur sínar
aber ihre Schwestern dachten, sie hätte aus anderen Gründen nach Rosen gefragt
en systur hennar þóttust biðja um rósir af öðrum ástæðum
„Sie hat es nur getan, um besonders auszusehen"
„hún gerði það bara til að líta sérstaklega út"
Der freundliche Mann machte sich auf die Reise
Hinn góði maður fór ferð sína
aber als er ankam, stritten sie über die Ware
en er hann kom, deildu þeir um varninginn
und nach viel Ärger kam er genauso arm zurück wie zuvor
og eptir mikið vesen kom hann aftur eins fátækur og áður
er war nur ein paar Stunden von seinem eigenen Haus entfernt
hann var innan við nokkra klukkutíma frá eigin húsi
und er stellte sich schon die Freude vor, seine Kinder zu sehen
og hann ímyndaði sér nú þegar gleðina við að sjá börnin sín
aber als er durch den Wald ging, verirrte er sich
en þegar hann fór um skóg villtist hann
es hat furchtbar geregnet und geschneit

það rigndi og snjóaði hræðilega
der Wind war so stark, dass er ihn vom Pferd warf
vindurinn var svo mikill að hann kastaði honum af hestinum
und die Nacht kam schnell
og nóttin kom fljótt
er begann zu glauben, er müsse verhungern
hann fór að hugsa um að hann gæti svelt
und er dachte, er könnte erfrieren
ok hugði, at hann gæti frjósa til dauða
und er dachte, Wölfe könnten ihn fressen
og hann hélt að úlfar mættu éta hann
die Wölfe, die er um sich herum heulen hörte
úlfana sem hann heyrði grenja í kringum sig
aber plötzlich sah er ein Licht
en allt í einu sá hann ljós
er sah das Licht in der Ferne durch die Bäume
hann sá ljósið álengdar í gegnum trén
als er näher kam, sah er, dass das Licht ein Palast war
þegar hann kom nær sá hann að ljósið var höll
der Palast war von oben bis unten beleuchtet
höllin var upplýst ofan frá og niður
Der Kaufmann dankte Gott für sein Glück
kaupmaðurinn þakkaði guði fyrir gæfu sína
und er eilte zum Palast
og hann flýtti sér til hallarinnar
aber er war überrascht, keine Leute im Palast zu sehen
en það kom honum á óvart að sjá ekkert fólk í höllinni
der Hof war völlig leer
garðurinn var alveg tómur
und nirgendwo ein Lebenszeichen
og hvergi sást lífsmark
sein Pferd folgte ihm in den Palast
hestur hans fylgdi honum inn í höllina
und dann fand sein Pferd großen Stall
og þá fann hestur hans stóra hesthús
das arme Tier war fast verhungert

greyið dýrið var næstum hungrað
also ging sein Pferd hinein, um Heu und Hafer zu finden
svo hestur hans fór inn að finna hey og hafrar
zum Glück fand er reichlich zu essen
sem betur fer fann hann nóg að borða
und der Kaufmann band sein Pferd an die Krippe
ok batt kaupmaðurinn hest sinn við jötuna
Als er zum Haus ging, sah er niemanden
Þegar hann gekk í átt að húsinu sá hann engan
aber in einer großen Halle fand er ein gutes Feuer
en í stórum sal fann hann góðan eld
und er fand einen Tisch für eine Person gedeckt
og hann fann borð fyrir einn
er war nass vom Regen und Schnee
hann var blautur af rigningu og snjó
Also ging er zum Feuer, um sich abzutrocknen
svo hann gekk nærri eldinum að þurrka sig
„**Ich hoffe, der Hausherr entschuldigt mich"**
„Ég vona að húsbóndinn afsaki mig"
„**Ich schätze, es wird nicht lange dauern, bis jemand auftaucht."**
„Ég býst við að það taki ekki langan tíma þar til einhver birtist"
Er wartete eine beträchtliche Zeit
Hann beið töluverðan tíma
er wartete, bis es elf schlug, und noch immer kam niemand
hann beið þar til klukkan sló ellefu og enn kom enginn
Schließlich war er so hungrig, dass er nicht länger warten konnte
loksins var hann svo svangur að hann gat ekki beðið lengur
er nahm ein Hühnchen und aß es in zwei Bissen
hann tók kjúkling og borðaði hann í tveimur munnum
er zitterte beim Essen
hann skalf þegar hann borðaði matinn
danach trank er ein paar Gläser Wein
eftir þetta drakk hann nokkur vínglös

Er wurde mutiger und verließ den Saal
hann varð hugrakkur og gekk út úr salnum
und er durchquerte mehrere große Hallen
og hann fór yfir nokkra stóra sali
Er ging durch den Palast, bis er in eine Kammer kam
hann gekk í gegnum höllina þar til hann kom inn í herbergi
eine Kammer, in der sich ein überaus gutes Bett befand
herbergi sem var í mjög góðu rúmi
er war von der Tortur sehr erschöpft
hann var mjög þreyttur af erfiðleikum sínum
und es war schon nach Mitternacht
og klukkan var þegar komin yfir miðnætti
also beschloss er, dass es das Beste sei, die Tür zu schließen
svo hann ákvað að það væri best að loka hurðinni
und er beschloss, dass er zu Bett gehen sollte
og hann álykaði að hann ætti að fara að sofa
Es war zehn Uhr morgens, als der Kaufmann aufwachte
Klukkan var tíu að morgni, er kaupmaðurinn vaknaði
gerade als er aufstehen wollte, sah er etwas
þegar hann ætlaði að rísa sá hann eitthvað
er war erstaunt, saubere Kleidung zu sehen
hann undraðist að sjá hrein föt
an der Stelle, wo er seine schmutzigen Kleider zurückgelassen hatte
á þeim stað sem hann hafði skilið eftir óhrein fötin sín
"Mit Sicherheit gehört dieser Palast einer netten Fee"
"vissulega tilheyrir þessi höll einhvers konar ævintýri"
„eine Fee, die mich gesehen und bemitleidet hat"
" ævintýri sem hefur séð mig og vorkennt mér"
er sah durch ein Fenster
hann leit í gegnum glugga
aber statt Schnee sah er den herrlichsten Garten
en í stað snjós sá hann hinn yndislega garð
und im Garten waren die schönsten Rosen
og í garðinum voru hinar fegurstu rósir
dann kehrte er in die große Halle zurück

sneri hann þá aftur í stóra salinn
der Saal, in dem er am Abend zuvor Suppe gegessen hatte
salurinn þar sem hann hafði fengið sér súpu kvöldið áður
und er fand etwas Schokolade auf einem kleinen Tisch
og hann fann súkkulaði á litlu borði
„Danke, liebe Frau Fee", sagte er laut
„Þakka þér, góða frú Fairy," sagði hann upphátt
„Danke für Ihre Fürsorge"
"takk fyrir að sýna svona umhyggju"
„Ich bin Ihnen für all Ihre Gefälligkeiten äußerst dankbar"
„Ég er þér ákaflega þakklátur fyrir alla þína greiða"
Der freundliche Mann trank seine Schokolade
góði maðurinn drakk súkkulaðið sitt
und dann ging er sein Pferd suchen
ok þá fór hann at leita hests síns
aber im Garten erinnerte er sich an die Bitte der Schönheit
en í garðinum minntist hann óskar fegurðar
und er schnitt einen Rosenzweig ab
og hann skar af rósum
sofort hörte er ein lautes Geräusch
strax heyrði hann mikinn hávaða
und er sah ein furchtbar furchtbares Tier
og hann sá ógurlega hræðilega dýr
er war so erschrocken, dass er kurz davor war, ohnmächtig zu werden
hann var svo hræddur að hann var búinn að falla í yfirlið
„Du bist sehr undankbar", sagte das Tier zu ihm
"Þú ert mjög vanþakklátur," sagði dýrið við hann
und das Tier sprach mit schrecklicher Stimme
og dýrið talaði hræðilegri röddu
„Ich habe dein Leben gerettet, indem ich dich in mein Schloss gelassen habe"
„Ég hef bjargað lífi þínu með því að hleypa þér inn í kastalann minn"
"**und dafür stiehlst du mir im Gegenzug meine Rosen?"**
"og fyrir þetta stelur þú rósunum mínum í staðinn?"

„Die Rosen sind für mich mehr wert als alles andere"
"Rósirnar sem ég met meira en allt"
„Aber du wirst für das, was du getan hast, sterben"
"en þú skalt deyja fyrir það sem þú hefur gert"
„Ich gebe Ihnen nur eine Viertelstunde, um sich vorzubereiten"
„Ég gef þér aðeins stundarfjórðung til að undirbúa þig"
„Bereiten Sie sich auf den Tod vor und sprechen Sie Ihre Gebete"
"búið ykkur undir dauðann og biðjið ykkar"
der Kaufmann fiel auf die Knie
kaupmaðurinn féll á kné
und er hob beide Hände
og hann lyfti upp báðum höndum sínum
„Mein Herr, ich flehe Sie an, mir zu vergeben"
"Herra minn, ég bið þig að fyrirgefa mér"
„Ich hatte nicht die Absicht, Sie zu beleidigen"
„Ég ætlaði ekki að móðga þig"
„Ich habe für eine meiner Töchter eine Rose gepflückt"
„Ég safnaði rós fyrir eina af dætrum mínum"
„Sie bat mich, ihr eine Rose mitzubringen"
„hún bað mig að færa sér rós"
„Ich bin nicht euer Herr, sondern ein Tier", antwortete das Monster
"Ég er ekki herra þinn, en ég er skepna," svaraði skrímslið
„Ich mag keine Komplimente"
„Ég elska ekki hrós"
„Ich mag Menschen, die so sprechen, wie sie denken"
„Mér líkar við fólk sem talar eins og það hugsar"
„glauben Sie nicht, dass ich durch Schmeicheleien bewegt werden kann"
"ekki ímyndaðu þér að ég geti hrífst af smjaðri"
„Aber Sie sagen, Sie haben Töchter"
"En þú segir að þú eigir dætur"
„Ich werde dir unter einer Bedingung vergeben"
„Ég mun fyrirgefa þér með einu skilyrði"

„Eine deiner Töchter muss freiwillig in meinen Palast kommen"
"ein af dætrum þínum verður að koma til mín af fúsum og frjálsum vilja"
"und sie muss für dich leiden"
"og hún verður að þjást fyrir þig"
„Gib mir Dein Wort"
"Leyfðu mér að hafa orð þín"
„Und dann können Sie Ihren Geschäften nachgehen"
"og þá geturðu farið að vinna"
„Versprich mir das:"
"Lofaðu mér þessu:"
„Wenn Ihre Tochter sich weigert, für Sie zu sterben, müssen Sie innerhalb von drei Monaten zurückkehren"
„Ef dóttir þín neitar að deyja fyrir þig, verður þú að snúa aftur innan þriggja mánaða"
der Kaufmann hatte nicht die Absicht, seine Töchter zu opfern
kaupmaðurinn hafði ekki í hyggju að fórna dætrum sínum
aber da ihm Zeit gegeben wurde, wollte er seine Töchter noch einmal sehen
en þar sem honum var gefinn tími, vildi hann sjá dætur sínar enn einu sinni
also versprach er, dass er zurückkehren würde
svo hann lofaði að koma aftur
und das Tier sagte ihm, er könne aufbrechen, wann er wolle
og dýrið sagði honum að hann mætti leggja af stað þegar honum þóknaðist
und das Tier erzählte ihm noch etwas
og dýrið sagði honum eitt enn
„Du sollst nicht mit leeren Händen gehen"
"Þú skalt ekki fara tómhentur"
„Geh zurück in das Zimmer, in dem du lagst"
"farðu aftur í herbergið þar sem þú lást"
„Sie werden eine große leere Schatzkiste sehen"
"þú munt sjá mikla tóma fjársjóðskistu"

„Fülle die Schatzkiste mit allem, was Dir am besten gefällt"
"fylltu fjársjóðskistuna af því sem þér líkar best"
„und ich werde die Schatzkiste zu Dir nach Hause schicken"
"og ég mun senda fjársjóðskistuna heim til þín"
und gleichzeitig zog sich das Tier zurück
og um leið dró dýrið til baka
„Nun", sagte sich der gute Mann
„Jæja," sagði góði maðurinn við sjálfan sig
„Wenn ich sterben muss, werde ich meinen Kindern wenigstens etwas hinterlassen"
"ef ég verð að deyja, mun ég að minnsta kosti skilja eitthvað eftir börnum mínum"
so kehrte er ins Schlafzimmer zurück
svo hann sneri aftur í svefnherbergið
und er fand sehr viele Goldstücke
ok fann hann marga gullpeninga
er füllte die Schatzkiste, die das Tier erwähnt hatte
hann fyllti fjársjóðskistuna sem dýrið hafði nefnt
und er holte sein Pferd aus dem Stall
ok tók hann hest sinn ór hesthúsinu
die Freude, die er beim Betreten des Palastes empfand, war nun genauso groß wie die Trauer, die er beim Verlassen des Palastes empfand
gleðin sem hann fann þegar hann gekk inn í höllina var nú jöfn þeirri sorg sem hann fann þegar hann yfirgaf hana
Das Pferd nahm einen der Wege im Wald
hesturinn tók einn af skógvegum
und in wenigen Stunden war der gute Mann zu Hause
og eftir nokkrar klukkustundir var góður maður kominn heim
seine Kinder kamen zu ihm
börn hans komu til hans
aber anstatt ihre Umarmungen mit Freude entgegenzunehmen, sah er sie an
en í stað þess að taka á móti faðmlögum þeirra með ánægju, horfði hann á þá
er hielt den Ast hoch, den er in den Händen hielt

hann hélt uppi greininni sem hann hafði í höndunum
und dann brach er in Tränen aus
og svo brast hann í grát
„Schönheit", sagte er, „nimm bitte diese Rosen"
„fegurð," sagði hann, „vinsamlegast takið þessar rósir"
„Sie können nicht wissen, wie teuer diese Rosen waren"
"þú getur ekki vitað hversu dýrar þessar rósir hafa verið"
„Diese Rosen haben deinen Vater das Leben gekostet"
"þessar rósir hafa kostað föður þinn lífið"
und dann erzählte er von seinem tödlichen Abenteuer
og svo sagði hann frá banvænu ævintýri sínu
Sofort schrien die beiden ältesten Schwestern
þegar í stað hrópuðu tvær elstu systurnar
und sie sagten viele gemeine Dinge zu ihrer schönen Schwester
ok kváðu þær margt illt við sína fögru systur
aber die Schönheit weinte überhaupt nicht
en fegurðin grét alls ekki
„Seht euch den Stolz dieses kleinen Schurken an", sagten sie
"Sjáðu stoltið af þessum litla aumingja," sögðu þeir
„Sie hat nicht nach schönen Kleidern gefragt"
„hún bað ekki um fín föt"
„Sie hätte tun sollen, was wir getan haben"
„hún hefði átt að gera það sem við gerðum"
„Sie wollte sich hervortun"
„hún vildi skera sig úr"
„so wird sie nun den Tod unseres Vaters bedeuten"
"svo nú verður hún dauði föður okkar"
„und doch vergießt sie keine Träne"
"og samt fellir hún ekki tár"
"Warum sollte ich weinen?", antwortete die Schönheit
"Af hverju ætti ég að gráta?" svaraði fegurð
„Weinen wäre völlig unnötig"
"grátur væri mjög óþarfi"
„Mein Vater wird nicht für mich leiden"

"faðir minn mun ekki þjást fyrir mig"
„Das Monster wird eine seiner Töchter akzeptieren"
„skrímslið mun sætta sig við eina af dætrum sínum"
„Ich werde mich seiner ganzen Wut aussetzen"
„Ég mun bjóða mér upp á alla reiði hans"
„Ich bin sehr glücklich, denn mein Tod wird das Leben meines Vaters retten"
„Ég er mjög ánægður, því dauði minn mun bjarga lífi föður míns"
„Mein Tod wird ein Beweis meiner Liebe sein"
"dauði minn mun vera sönnun um ást mína"
„Nein, Schwester", sagten ihre drei Brüder
„Nei, systir," sögðu bræður hennar þrír
„das darf nicht sein"
"það skal ekki vera"
„Wir werden das Monster finden"
"við förum að finna skrímslið"
"und entweder wir werden ihn töten..."
"og annað hvort drepum við hann..."
„... oder wir werden bei dem Versuch umkommen"
"...eða við munum farast í tilrauninni"
„Stellt euch nichts dergleichen vor, meine Söhne", sagte der Kaufmann
"Ímyndaðu þér ekki neitt slíkt, synir mínir," sagði kaupmaðurinn
„Die Kraft des Biests ist so groß, dass ich keine Hoffnung habe, dass Ihr es besiegen könntet."
"Máttur dýrsins er svo mikill að ég hef enga von að þú gætir sigrað hann"
„Ich bin entzückt von dem freundlichen und großzügigen Angebot der Schönheit"
„Ég er heilluð af góðu og rausnarlegu tilboði fegurðar"
„aber ich kann ihre Großzügigkeit nicht annehmen"
„en ég get ekki sætt mig við örlæti hennar"
„Ich bin alt und habe nicht mehr lange zu leben"
"Ég er gamall og á ekki langan tíma eftir"

„also kann ich nur ein paar Jahre verlieren"
„svo ég get bara tapað nokkrum árum"
„Zeit, die ich für euch bereue, meine lieben Kinder"
"tími sem ég harma fyrir ykkar hönd, elsku börnin mín"
„Aber Vater", sagte die Schönheit
"En faðir," sagði fegurð
„Du sollst nicht ohne mich in den Palast gehen"
"þú skalt ekki fara í höllina án mín"
„Du kannst mich nicht davon abhalten, dir zu folgen"
"þú getur ekki hindrað mig í að fylgja þér"
nichts könnte Schönheit vom Gegenteil überzeugen
ekkert gat sannfært fegurð um annað
Sie bestand darauf, in den schönen Palast zu gehen
hún krafðist þess að fara í fínu höllina
und ihre Schwestern waren erfreut über ihre Beharrlichkeit
og systur hennar voru ánægðar með kröfu hennar
Der Kaufmann war besorgt bei dem Gedanken, seine Tochter zu verlieren
Kaupmaðurinn var áhyggjufullur við tilhugsunina um að missa dóttur sína
er war so besorgt, dass er die Truhe voller Gold vergessen hatte
hann var svo áhyggjufullur að hann hefði gleymt kistunni fullri af gulli
Abends begab er sich zur Ruhe und schloss die Tür seines Zimmers.
um nóttina dró hann sig til hvíldar og lokaði hurð sinni fyrir herbergið
Dann fand er zu seinem großen Erstaunen den Schatz neben seinem Bett.
þá fann hann, sér til mikillar undrunar, fjársjóðinn við rúmstokkinn
er war entschlossen, es seinen Kindern nicht zu erzählen
hann var staðráðinn í að segja börnum sínum það ekki
Wenn sie es gewusst hätten, wären sie in die Stadt zurückgekehrt

ef þeir vissu, hefðu þeir viljað fara aftur í bæinn
und er war entschlossen, das Land nicht zu verlassen
og var hann ákveðinn að fara ekki úr sveitinni
aber er vertraute der Schönheit das Geheimnis
en hann treysti fegurðinni fyrir leyndarmálinu
Sie teilte ihm mit, dass zwei Herren gekommen seien
hún tilkynnti honum að tveir herrar væru komnir
und sie machten ihren Schwestern einen Heiratsantrag
ok bjuggu þær systur hennar
Sie bat ihren Vater, ihrer Heirat zuzustimmen
hún bað föður sinn að samþykkja hjónaband þeirra
und sie bat ihn, ihnen etwas von seinem Vermögen zu geben
ok bað hon hann gefa þeim fé sitt
sie hatte ihnen bereits vergeben
hún hafði þegar fyrirgefið þeim
Die bösen Kreaturen rieben ihre Augen mit Zwiebeln
óguðlegu verurnar nudduðu augunum með lauk
um beim Abschied von der Schwester ein paar Tränen zu vergießen
að þvinga nokkur tár þegar þau skildu við systur sína
aber ihre Brüder waren wirklich besorgt
en bræður hennar höfðu virkilega áhyggjur
Schönheit war die einzige, die keine Tränen vergoss
fegurðin var sú eina sem ekki felldi tár
sie wollte ihr Unbehagen nicht vergrößern
hún vildi ekki auka vanlíðan þeirra
Das Pferd nahm den direkten Weg zum Palast
hesturinn tók beina leið til hallarinnar
und gegen Abend sahen sie den erleuchteten Palast
og undir kvöld sáu þeir hina upplýstu höll
das Pferd begab sich wieder in den Stall
hesturinn fór aftur inn í hesthúsið
und der gute Mann und seine Tochter gingen in die große Halle
og góði maðurinn og dóttir hans gengu inn í stóra salinn

hier fanden sie einen herrlich gedeckten Tisch
hér fundu þeir borð sem var prýðilega framreitt
der Kaufmann hatte keinen Appetit zu essen
kaupmaðurinn hafði enga lyst til að borða
aber die Schönheit bemühte sich, fröhlich zu erscheinen
en fegurðin reyndi að sýnast glaðvær
sie setzte sich an den Tisch und half ihrem Vater
hún settist við borðið og hjálpaði föður sínum
aber sie dachte auch bei sich:
en hún hugsaði líka með sjálfri sér:
„**Das Biest will mich sicher mästen, bevor es mich frisst"**
"dýrið vill örugglega fita mig áður en það borðar mig"
„**deshalb sorgt er für so viel Unterhaltung"**
„þess vegna býður hann upp á svo mikla skemmtun"
Nachdem sie gegessen hatten, hörten sie ein großes Geräusch
eftir að þeir höfðu borðað heyrðu þeir mikinn hávaða
und der Kaufmann verabschiedete sich mit Tränen in den Augen von seinem unglücklichen Kind
og kaupmaðurinn kvaddi hið óheppilega barn sitt með tár í augunum
weil er wusste, dass das Biest kommen würde
því hann vissi að dýrið var að koma
Die Schönheit war entsetzt über seine schreckliche Gestalt
fegurðin var skelfingu lostin yfir hræðilegu formi hans
aber sie nahm ihren Mut zusammen, so gut sie konnte
en hún tók kjark eins vel og hún gat
und das Monster fragte sie, ob sie freiwillig mitkäme
ok spurði skrímslið, hvort hún kæmi fúslega
"ja, ich bin freiwillig gekommen", sagte sie zitternd
„Já, ég er fús til að koma," sagði hún skjálfandi
Das Tier antwortete: „Du bist sehr gut"
dýrið svaraði: "Þú ert mjög góður"
„**und ich bin Ihnen zu großem Dank verpflichtet, ehrlicher Mann"**
"og ég er þér mjög skylt, heiðarlegur maður"

„Geht morgen früh eure Wege"
"farðu þínar leiðir á morgun"
„aber denk nie daran, wieder hierher zu kommen"
"en hugsaðu aldrei um að koma hingað aftur"
„Lebe wohl, Schönheit, lebe wohl, Biest", antwortete er
„Kveðju fegurð, kveðjudýr," svaraði hann
und sofort zog sich das Monster zurück
og þegar í stað dró skrímslið til baka
"Oh, Tochter", sagte der Kaufmann
"Ó, dóttir," sagði kaupmaðurinn
und er umarmte seine Tochter noch einmal
ok faðmaði hann dóttur sína enn einu sinni
„Ich habe fast Todesangst"
„Ég er næstum dauðhræddur"
„glauben Sie mir, Sie sollten lieber zurückgehen"
"Trúðu mér, þú ættir að fara aftur"
„Lass mich hier bleiben, statt dir"
"leyfðu mér að vera hér, í staðinn fyrir þig"
„Nein, Vater", sagte die Schönheit entschlossen
"Nei, faðir," sagði fegurð, í ákveðinni tón
„Du sollst morgen früh aufbrechen"
"þú skalt leggja af stað á morgun"
„überlasse mich der Obhut und dem Schutz der Vorsehung"
"lát mig í umsjá og vernd forsjónarinnar"
trotzdem gingen sie zu Bett
samt fóru þeir að sofa
Sie dachten, sie würden die ganze Nacht kein Auge zutun
þeir héldu að þeir myndu ekki loka augunum alla nóttina
aber als sie sich hinlegten, schliefen sie ein
en svá sem þeir lágu sváfu þeir
Die Schönheit träumte, eine schöne Dame kam und sagte zu ihr:
fegurð dreymdi að góð kona kom og sagði við hana:
„Ich bin zufrieden, Schönheit, mit deinem guten Willen"
"Ég er sáttur, fegurð, með þinn góða vilja"
„Diese gute Tat von Ihnen wird nicht unbelohnt bleiben"

"þessi góðverk þín skal ekki verða óverðlaunuð"
Die Schöne erwachte und erzählte ihrem Vater ihren Traum
fegurð vaknaði og sagði föður sínum draum sinn
der Traum tröstete ihn ein wenig
draumurinn hjálpaði til að hugga hann aðeins
aber er konnte nicht anders, als bitterlich zu weinen, als er ging
en hann gat ekki annað en grátið beisklega þegar hann var að fara
Sobald er weg war, setzte sich Schönheit in die große Halle und weinte ebenfalls
um leið og hann var farinn, settist fegurðin niður í stóra salnum og grét líka
aber sie beschloss, sich keine Sorgen zu machen
en hún ákvað að vera ekki óróleg
Sie beschloss, in der kurzen Zeit, die ihr noch zu leben blieb, stark zu sein
hún ákvað að vera sterk í þann litla tíma sem hún átti eftir að lifa
weil sie fest davon überzeugt war, dass das Biest sie fressen würde
því hún trúði því staðfastlega að dýrið myndi éta hana
Sie dachte jedoch, sie könnte genauso gut den Palast erkunden
þó hélt hún að hún gæti allt eins kannað höllina
und sie wollte das schöne Schloss besichtigen
og hún vildi skoða kastalann fína
ein Schloss, das sie bewundern musste
kastala sem hún gat ekki annað en dáðst að
Es war ein wunderbar angenehmer Palast
þetta var yndislega notaleg höll
und sie war äußerst überrascht, als sie eine Tür sah
og hún var mjög hissa á að sjá hurð
und über der Tür stand, dass es ihr Zimmer sei
og yfir dyrnar var skrifað að það væri herbergið hennar
sie öffnete hastig die Tür

hún opnaði hurðina í skyndi
und sie war ganz geblendet von der Pracht des Raumes
og hún var alveg töfrandi af glæsileika herbergisins
was ihre Aufmerksamkeit vor allem auf sich zog, war eine große Bibliothek
það sem einkum vakti athygli hennar var stórt bókasafn
ein Cembalo und mehrere Notenbücher
sembal og nokkrar nótnabækur
„Nun", sagte sie zu sich selbst
"Jæja," sagði hún við sjálfa sig
„Ich sehe, das Biest wird meine Zeit nicht verstreichen lassen"
"Ég sé að dýrið mun ekki láta tíma minn hanga þungur"
dann dachte sie über ihre Situation nach
svo hugsaði hún með sjálfri sér um aðstæður sínar
„Wenn ich einen Tag bleiben sollte, wäre das alles nicht hier"
„Ef mér væri ætlað að vera einn dag væri þetta ekki allt hér"
diese Überlegung gab ihr neuen Mut
þessi yfirvegun veitti henni ferskt hugrekki
und sie nahm ein Buch aus ihrer neuen Bibliothek
og hún tók bók úr nýja bókasafninu sínu
und sie las diese Worte in goldenen Buchstaben:
og hún las þessi orð með gylltum stöfum:
„Begrüße Schönheit, vertreibe die Angst"
„Velkomin fegurð, bannið ótta"
„Du bist hier Königin und Herrin"
"Þú ert drottning og húsfreyja hér"
„Sprich deine Wünsche aus, sprich deinen Willen aus"
"Segðu óskir þínar, talaðu þinn vilja"
„Schneller Gehorsam begegnet hier Ihren Wünschen"
"Skjót hlýðni uppfyllir óskir þínar hér"
"Ach", sagte sie mit einem Seufzer
"Vei," sagði hún og andvarpaði
„Am meisten wünsche ich mir, meinen armen Vater zu sehen"

„Ég vil helst af öllu sjá aumingja föður minn"
„und ich würde gerne wissen, was er tut"
"og mig langar að vita hvað hann er að gera"
Kaum hatte sie das gesagt, bemerkte sie den Spiegel
Um leið og hún hafði sagt þetta tók hún eftir speglinum
zu ihrem großen Erstaunen sah sie ihr eigenes Zuhause im Spiegel
sér til mikillar undrunar sá hún sitt eigið heimili í speglinum
Ihr Vater kam emotional erschöpft an
Faðir hennar kom tilfinningalega þreyttur
Ihre Schwestern gingen ihm entgegen
systur hennar fóru á móti honum
trotz ihrer Versuche, traurig zu wirken, war ihre Freude sichtbar
þrátt fyrir tilraunir þeirra til að sýnast sorgmæddur var gleði þeirra sýnileg
einen Moment später war alles verschwunden
augnabliki síðar hvarf allt
und auch die Befürchtungen der Schönheit verschwanden
og fegurðarhugsanir hurfu líka
denn sie wusste, dass sie dem Tier vertrauen konnte
því hún vissi að hún gæti treyst dýrinu
Mittags fand sie das Abendessen fertig
Um hádegi fann hún kvöldmatinn tilbúinn
sie setzte sich an den Tisch
hún settist sjálf við borðið
und sie wurde mit einem Musikkonzert unterhalten
og henni var skemmt með tónleikum
obwohl sie niemanden sehen konnte
þó hún gæti ekki séð neinn
abends setzte sie sich wieder zum Abendessen
um nóttina settist hún aftur til kvöldverðar
diesmal hörte sie das Geräusch, das das Tier machte
í þetta sinn heyrði hún hávaðann sem dýrið gaf frá sér
und sie konnte nicht anders, als Angst zu haben
og hún gat ekki annað en að vera hrædd

"Schönheit", sagte das Monster
"fegurð," sagði skrímslið
"erlaubst du mir, mit dir zu essen?"
"leyfirðu mér að borða með þér?"
"Mach, was du willst", antwortete die Schönheit zitternd
"Gerðu eins og þú vilt," svaraði fegurð skjálfandi
„Nein", antwortete das Tier
„Nei," svaraði dýrið
„Du allein bist hier die Herrin"
"þú ein ert húsmóðir hér"
„Sie können mich wegschicken, wenn ich Ärger mache"
"þú getur sent mig í burtu ef ég er erfiður"
„schick mich fort, und ich werde mich sofort zurückziehen"
„sendið mig í burtu og ég mun strax hætta"
„Aber sagen Sie mir: Finden Sie mich nicht sehr hässlich?"
"En segðu mér, finnst þér ég ekki mjög ljótur?"
„Das stimmt", sagte die Schönheit
"Það er satt," sagði fegurð
„Ich kann nicht lügen"
„Ég get ekki sagt ósatt"
„aber ich glaube, Sie sind sehr gutmütig"
"en ég trúi því að þú sért mjög góðlyndur"
„Das bin ich tatsächlich", sagte das Monster
„Það er ég svo sannarlega," sagði skrímslið
„Aber abgesehen von meiner Hässlichkeit habe ich auch keinen Verstand"
„En fyrir utan ljótleikann, þá hef ég ekkert vit á því"
„Ich weiß sehr wohl, dass ich ein dummes Wesen bin"
„Ég veit vel að ég er kjánaleg skepna"
„Es ist kein Zeichen von Torheit, so zu denken", antwortete die Schönheit
„Það er ekkert merki um heimsku að halda það," svaraði fegurðin
„Dann iss, Schönheit", sagte das Monster
„Borðaðu þá, fegurð," sagði skrímslið
„Versuchen Sie, sich in Ihrem Palast zu amüsieren"

"reyndu að skemmta þér í höllinni þinni"
"alles hier gehört dir"
"Hér er allt þitt"
„Und ich wäre sehr unruhig, wenn Sie nicht glücklich wären"
"og ég væri mjög órólegur ef þú værir ekki ánægður"
„Sie sind sehr zuvorkommend", antwortete die Schönheit
"Þú ert mjög skyldugur," svaraði fegurð
„Ich gebe zu, ich freue mich über Ihre Freundlichkeit"
„Ég viðurkenni að ég er ánægður með góðvild þína"
„Und wenn ich über deine Freundlichkeit nachdenke, fallen mir deine Missbildungen kaum auf"
"og þegar ég lít á góðvild þína, tek ég varla eftir vansköpunum þínum"
„Ja, ja", sagte das Tier, „mein Herz ist gut
„Já, já," sagði dýrið, „hjarta mitt er gott
„Aber obwohl ich gut bin, bin ich immer noch ein Monster"
"en þó ég sé góður er ég samt skrímsli"
„Es gibt viele Männer, die diesen Namen mehr verdienen als Sie."
„Það eru margir karlmenn sem eiga það nafn meira skilið en þú"
„und ich bevorzuge dich, so wie du bist"
"og ég vil þig alveg eins og þú ert"
„und ich ziehe dich denen vor, die ein undankbares Herz verbergen"
"og ég kýs þig meira en þá sem fela vanþakklátt hjarta"
"Wenn ich nur etwas Verstand hätte", antwortete das Biest
„Ef ég hefði aðeins vit," svaraði dýrið
„Wenn ich vernünftig wäre, würde ich Ihnen als Dank ein schönes Kompliment machen"
„Ef ég hefði vit myndi ég þakka þér fyrir gott hrós"
"aber ich bin so langweilig"
"en ég er svo sljór"
„Ich kann nur sagen, dass ich Ihnen zu großem Dank verpflichtet bin"

„Ég get bara sagt að ég er þér mjög skylt"
Schönheit aß ein herzhaftes Abendessen
fegurðin borðaði ljúffengan kvöldverð
und sie hatte ihre Angst vor dem Monster fast überwunden
og hún var næstum búin að sigra óttann við skrímslið
aber sie wollte ohnmächtig werden, als das Biest ihr die nächste Frage stellte
en hún vildi fá yfirlið þegar dýrið spurði hana næstu spurningu
"Schönheit, willst du meine Frau werden?"
"fegurð, verður þú konan mín?"
es dauerte eine Weile, bis sie antworten konnte
hún tók nokkurn tíma áður en hún gat svarað
weil sie Angst hatte, ihn wütend zu machen
því hún var hrædd um að gera hann reiðan
Schließlich sagte sie jedoch "nein, Biest"
loksins sagði hún "nei, dýr"
sofort zischte das arme Monster ganz fürchterlich
strax hvæsti greyið skrímslið mjög skelfilega
und der ganze Palast hallte
og öll höllin ómaði
aber die Schönheit erholte sich bald von ihrem Schrecken
en fegurðin jafnaði sig fljótt af hræðslunni
denn das Tier sprach wieder mit trauriger Stimme
því að skepnan talaði aftur með harmandi röddu
„Dann leb wohl, Schönheit"
"þá bless, fegurð"
und er drehte sich nur ab und zu um
og hann sneri sér bara aftur af og til
um sie anzusehen, als er hinausging
að horfa á hana þegar hann fór út
jetzt war die Schönheit wieder allein
nú var fegurðin aftur ein
Sie empfand großes Mitgefühl
hún fann til mikillar samúðar
„Ach, es ist tausendmal schade"

"Vei, það er þúsund samúð"
„Etwas, das so gutmütig ist, sollte nicht so hässlich sein"
"allt svo gott eðli ætti ekki að vera svo ljótt"
Schönheit verbrachte drei Monate sehr zufrieden im Palast
fegurð eyddi þremur mánuðum mjög ánægð í höllinni
jeden Abend stattete ihr das Biest einen Besuch ab
hvert kvöld heimsótti dýrið hana
und sie redeten beim Abendessen
og töluðust þeir við um kvöldmáltíðina
Sie sprachen mit gesundem Menschenverstand
þeir töluðu af skynsemi
aber sie sprachen nicht mit dem, was man als geistreich bezeichnet
en þeir töluðu ekki við það sem menn kalla vitni
Schönheit entdeckte immer einen wertvollen Charakter im Biest
fegurðin uppgötvaði alltaf einhverja dýrmæta persónu í dýrinu
und sie hatte sich an seine Missbildung gewöhnt
og hún var orðin vön vansköpun hans
sie fürchtete sich nicht mehr vor seinem Besuch
hún óttaðist ekki tíma heimsóknar hans lengur
jetzt schaute sie oft auf die Uhr
nú leit hún oft á úrið sitt
und sie konnte es kaum erwarten, bis es neun Uhr war
og hún gat ekki beðið eftir að klukkan væri orðin níu
denn das Tier kam immer zu dieser Stunde
því að dýrið missti aldrei af því að koma á þeirri stundu
Es gab nur eine Sache, die Schönheit betraf
það var aðeins eitt sem varðaði fegurð
jeden Abend, bevor sie ins Bett ging, stellte ihr das Biest die gleiche Frage
á hverju kvöldi áður en hún fór að sofa spurði dýrið hana sömu spurningu
Das Monster fragte sie, ob sie seine Frau werden wolle
skrímslið spurði hana hvort hún myndi vera konan hans

Eines Tages sagte sie zu ihm: „Biest, du machst mir große Sorgen."
dag einn sagði hún við hann: "dýr, þú gerir mig mjög órólega"
„Ich wünschte, ich könnte einwilligen, dich zu heiraten"
"Ég vildi að ég gæti samþykkt að giftast þér"
„Aber ich bin zu aufrichtig, um dir zu glauben zu machen, dass ich dich heiraten würde"
"en ég er of einlægur til að láta þig trúa því að ég myndi giftast þér"
„Unsere Ehe wird nie stattfinden"
"hjónaband okkar mun aldrei gerast"
„Ich werde dich immer als Freund sehen"
"Ég mun alltaf sjá þig sem vin"
„Bitte versuchen Sie, damit zufrieden zu sein"
"vinsamlegast reyndu að vera sáttur við þetta"
„Damit muss ich zufrieden sein", sagte das Tier
„Ég verð að vera sáttur við þetta," sagði dýrið
„Ich kenne mein eigenes Unglück"
„Ég þekki mína eigin ógæfu"
„aber ich liebe dich mit der zärtlichsten Zuneigung"
"en ég elska þig með mestu ástúð"
„Ich sollte mich jedoch als glücklich betrachten"
„Ég ætti hins vegar að líta á mig sem hamingjusaman"
"und ich würde mich freuen, wenn du hier bleibst"
"og ég ætti að vera ánægður með að þú skulir vera hér"
„versprich mir, mich nie zu verlassen"
"lofaðu mér að yfirgefa mig aldrei"
Schönheit errötete bei diesen Worten
fegurðin roðnaði við þessi orð
Eines Tages schaute die Schönheit in ihren Spiegel
einn daginn var fegurð að horfa í spegilinn hennar
ihr Vater hatte sich schreckliche Sorgen um sie gemacht
faðir hennar hafði áhyggjur af því að hann væri veikur fyrir hana
sie sehnte sich mehr denn je danach, ihn wiederzusehen
hún þráði að sjá hann aftur meira en nokkru sinni fyrr

„Ich könnte versprechen, dich nie ganz zu verlassen"
„Ég gæti lofað að yfirgefa þig aldrei alveg"
„aber ich habe so ein großes Verlangen, meinen Vater zu sehen"
"en ég hef svo mikla löngun til að sjá föður minn"
„Ich wäre unendlich verärgert, wenn Sie nein sagen würden"
„Ég yrði óhugsandi ef þú segir nei"
"Ich würde lieber selbst sterben", sagte das Monster
"Ég hefði frekar viljað deyja sjálfur," sagði skrímslið
„Ich würde lieber sterben, als dir Unbehagen zu bereiten"
„Ég vil frekar deyja en láta þig finna fyrir vanlíðan"
„Ich werde dich zu deinem Vater schicken"
"Ég mun senda þig til föður þíns"
„Du sollst bei ihm bleiben"
"Þú skalt vera hjá honum"
"und dieses unglückliche Tier wird stattdessen vor Kummer sterben"
"og þetta ógæfudýr mun deyja úr sorg í staðinn"
"Nein", sagte die Schönheit weinend
"Nei," sagði fegurð og grét
„Ich liebe dich zu sehr, um die Ursache deines Todes zu sein"
"Ég elska þig of mikið til að vera orsök dauða þíns"
„Ich verspreche Ihnen, in einer Woche wiederzukommen"
„Ég lofa þér að koma aftur eftir viku"
„Du hast mir gezeigt, dass meine Schwestern verheiratet sind"
"Þú hefur sýnt mér að systur mínar eru giftar"
„und meine Brüder sind zur Armee gegangen"
"og bræður mínir eru farnir í herinn"
"Lass mich eine Woche bei meinem Vater bleiben, da er allein ist"
„leyfðu mér að vera í viku hjá föður mínum, þar sem hann er einn"
"Morgen früh wirst du dort sein", sagte das Tier

"Þú skalt vera á morgun," sagði dýrið
„Aber denk an dein Versprechen"
"en mundu loforð þitt"
„Sie brauchen Ihren Ring nur auf den Tisch zu legen, bevor Sie zu Bett gehen."
„Þú þarft bara að leggja hringinn þinn á borð áður en þú ferð að sofa"
"Und dann werdet ihr vor dem Morgen zurückgebracht"
"og þá verður þú færð aftur fyrir morguninn"
„Lebe wohl, liebe Schönheit", seufzte das Tier
„Vertu sæll elsku fegurð," andvarpaði dýrið
Die Schönheit ging an diesem Abend sehr traurig ins Bett
fegurð fór að sofa mjög dapur um kvöldið
weil sie das Tier nicht so besorgt sehen wollte
af því að hún vildi ekki sjá dýrið svona áhyggjufull
am nächsten Morgen fand sie sich im Haus ihres Vaters wieder
morguninn eftir fann hún sig heima hjá föður sínum
sie läutete eine kleine Glocke neben ihrem Bett
hún hringdi lítilli bjöllu við rúmið sitt
und das Dienstmädchen stieß einen lauten Schrei aus
og ambáttin hrópaði hátt
und ihr Vater rannte nach oben
og faðir hennar hljóp upp
er dachte, er würde vor Freude sterben
hann hélt að hann myndi deyja af gleði
er hielt sie eine Viertelstunde lang in seinen Armen
hann hélt henni í fanginu í stundarfjórðung
irgendwann waren die ersten Grüße vorbei
loksins var fyrstu kveðjunni lokið
Schönheit begann daran zu denken, aus dem Bett zu steigen
fegurð fór að hugsa um að fara fram úr rúminu
aber sie merkte, dass sie keine Kleidung mitgebracht hatte
en hún áttaði sig á því að hún hafði engin föt með sér
aber das Dienstmädchen sagte ihr, sie habe eine Kiste gefunden

en vinnukonan sagði henni að hún hefði fundið kassa
der große Koffer war voller Kleider und Kleider
stóri skottið var fullt af sloppum og kjólum
jedes Kleid war mit Gold und Diamanten bedeckt
hver kjóll var þakinn gulli og demöntum
Schönheit dankte dem Tier für seine freundliche Pflege
fegurð þakkaði dýrinu fyrir góða umönnun
und sie nahm eines der schlichtesten Kleider
og hún tók einn hinn látlausasta kjól
Die anderen Kleider wollte sie ihren Schwestern schenken
hina kjólana ætlaði hún að gefa systrum sínum
aber bei diesem Gedanken verschwand die Kleidertruhe
en við þá hugsun hvarf fatakistan
Das Biest hatte darauf bestanden, dass die Kleidung nur für sie sei
dýrið hafði fullyrt að fötin væru eingöngu fyrir hana
ihr Vater sagte ihr, dass dies der Fall sei
faðir hennar sagði henni að svo væri
und sofort kam die Kleidertruhe wieder zurück
og strax kom fötin aftur
Schönheit kleidete sich mit ihren neuen Kleidern
fegurðin klæddi sig með nýju fötunum sínum
und in der Zwischenzeit gingen die Mägde los, um ihre Schwestern zu finden
og í millitíðinni fóru vinnukonur að finna systur sínar
Ihre beiden Schwestern waren mit ihren Ehemännern
báðar systur hennar voru með mönnum sínum
aber ihre beiden Schwestern waren sehr unglücklich
en báðar systur hennar voru mjög óánægðar
Ihre älteste Schwester hatte einen sehr gutaussehenden Herrn geheiratet
Elsta systir hennar hafði gifst mjög myndarlegum herramanni
aber er war so selbstgefällig, dass er seine Frau vernachlässigte
en honum þótti svo vænt um sjálfan sig, að hann vanrækti konu sína

Ihre zweite Schwester hatte einen geistreichen Mann geheiratet
önnur systir hennar hafði gifst fyndnum manni
aber er nutzte seinen Witz, um die Leute zu quälen
en hann notaði vitsmuni sína til að kvelja fólk
und am meisten quälte er seine Frau
ok kvaddi hann konu sína mest af öllu
Die Schwestern der Schönheit sahen sie wie eine Prinzessin gekleidet
systur fegurðar sáu hana klædda eins og prinsessu
und sie waren krank vor Neid
og þeir voru sjúkir af öfund
jetzt war sie schöner als je zuvor
nú var hún fallegri en nokkru sinni fyrr
ihr liebevolles Verhalten konnte ihre Eifersucht nicht unterdrücken
Ástúðleg hegðun hennar gat ekki kæft afbrýðisemi þeirra
Sie erzählte ihnen, wie glücklich sie mit dem Tier war
hún sagði þeim hvað hún væri ánægð með dýrið
und ihre Eifersucht war kurz vor dem Platzen
og öfund þeirra var tilbúin að springa
Sie gingen in den Garten, um über ihr Unglück zu weinen
Þeir fóru niður í garð til að gráta yfir óförum sínum
„Inwiefern ist dieses kleine Geschöpf besser als wir?"
"Á hvaða hátt er þessi litla skepna betri en við?"
„Warum sollte sie so viel glücklicher sein?"
"Af hverju ætti hún að vera svona miklu ánægðari?"
„Schwester", sagte die ältere Schwester
"Systir," sagði eldri systirin
„Mir ist gerade ein Gedanke gekommen"
„hugsun datt mér í hug"
„Versuchen wir, sie länger als eine Woche hier zu behalten"
„reynum að hafa hana hér í meira en viku"
„Vielleicht macht das das dumme Monster wütend"
„kannski mun þetta reita kjánalega skrímslið til reiði"
„weil sie ihr Wort gebrochen hätte"

„því hún hefði brotið orð sín"
"und dann könnte er sie verschlingen"
"og þá gæti hann étið hana"
"Das ist eine tolle Idee", antwortete die andere Schwester
„Þetta er frábær hugmynd," svaraði hin systirin
„Wir müssen ihr so viel Freundlichkeit wie möglich entgegenbringen"
„við verðum að sýna henni eins mikla vinsemd og hægt er"
Die Schwestern fassten den Entschluss
þær systur gerðu þetta að ályktun sinni
und sie verhielten sich sehr liebevoll gegenüber ihrer Schwester
og báru þau sér mjög ástúðlega fram við systur sína
Die arme Schönheit weinte vor Freude über all ihre Freundlichkeit
vesalings fegurð grét af gleði af allri góðvild sinni
Als die Woche um war, weinten sie und rauften sich die Haare
þegar vikan var liðin grétu þeir og rifu hár sitt
es schien ihnen so leid zu tun, sich von ihr zu trennen
þeim þótti svo leitt að skilja við hana
und die Schönheit versprach, noch eine Woche länger zu bleiben
og fegurðin lofaði að vera viku lengur
In der Zwischenzeit konnte die Schönheit nicht umhin, über sich selbst nachzudenken
Í millitíðinni gat fegurðin ekki annað en að hugsa um sjálfa sig
sie machte sich Sorgen darüber, was sie dem armen Tier antat
hún hafði áhyggjur af því hvað hún væri að gera vesalings dýrinu
Sie wusste, dass sie ihn aufrichtig liebte
hún veit að hún elskaði hann innilega
und sie sehnte sich wirklich danach, ihn wiederzusehen
og hún þráði mjög að sjá hann aftur
Auch die zehnte Nacht verbrachte sie bei ihrem Vater

tíundu nóttina sem hún eyddi líka hjá föður sínum
sie träumte, sie sei im Schlossgarten
hana dreymdi að hún væri í hallargarðinum
und sie träumte, sie sähe das Tier ausgestreckt im Gras liegen
og hana dreymdi hana sjá dýrið lengjast á grasinu
er schien ihr mit sterbender Stimme Vorwürfe zu machen
hann virtist ávíta hana með deyjandi röddu
und er warf ihr Undankbarkeit vor
og hann sakaði hana um vanþakklæti
Schönheit erwachte aus ihrem Schlaf
fegurðin vaknaði af svefni
und sie brach in Tränen aus
og hún brast í grát
„**Bin ich nicht sehr böse?"**
"Er ég ekki mjög vondur?"
„**War es nicht grausam von mir, so unfreundlich gegenüber dem Tier zu sein?"**
"Var það ekki grimmt af mér að koma svona óvinsamlega fram við dýrið?"
„**Das Biest hat alles getan, um mir zu gefallen"**
„dýrið gerði allt til að þóknast mér"
"**Ist es seine Schuld, dass er so hässlich ist?"**
"Er það honum að kenna að hann er svona ljótur?"
„**Ist es seine Schuld, dass er so wenig Verstand hat?"**
"Er það honum að kenna að hann hefur svo lítið vit?
„**Er ist freundlich und gut, und das genügt"**
„Hann er góður og góður og það er nóg"
„**Warum habe ich mich geweigert, ihn zu heiraten?"**
"Af hverju neitaði ég að giftast honum?"
„**Ich sollte mit dem Monster glücklich sein"**
„Ég ætti að vera ánægður með skrímslið"
„**Schau dir die Männer meiner Schwestern an"**
"horfðu á eiginmenn systra minna"
„**Weder Witz noch Schönheit machen sie gut"**
"hvorki vitsmuni né myndarleg vera gerir þá góða"

„Keiner ihrer Ehemänner macht sie glücklich"
„Enginn eiginmaður þeirra gerir þá hamingjusama"
„sondern Tugend, Sanftmut und Geduld"
"en dyggð, ljúfleiki skapsins og þolinmæði"
„Diese Dinge machen eine Frau glücklich"
„þessir hlutir gleðja konu"
„und das Tier hat all diese wertvollen Eigenschaften"
"og dýrið hefur alla þessa dýrmætu eiginleika"
„es ist wahr, ich empfinde keine Zärtlichkeit und Zuneigung für ihn"
"það er satt; ég finn ekki fyrir ástúðinni í garð hans"
„aber ich empfinde für ihn die allergrößte Dankbarkeit"
"en mér finnst ég vera þakklát fyrir hann"
„und ich habe die höchste Wertschätzung für ihn"
"og ég hef mesta virðingu fyrir honum"
"und er ist mein bester Freund"
"og hann er besti vinur minn"
„Ich werde ihn nicht unglücklich machen"
„Ég mun ekki gera hann auman"
„Wenn ich so undankbar wäre, würde ich mir das nie verzeihen"
„Ef ég ætti að vera svona vanþakklát myndi ég aldrei fyrirgefa sjálfri mér"
Schönheit legte ihren Ring auf den Tisch
fegurðin lagði hringinn sinn á borðið
und sie ging wieder zu Bett
og hún fór að sofa aftur
kaum war sie im Bett, da schlief sie ein
varla var hún í rúminu áður en hún sofnaði
Sie wachte am nächsten Morgen wieder auf
hún vaknaði aftur morguninn eftir
und sie war überglücklich, sich im Palast des Tieres wiederzufinden
og var hún fegin að finna sig í höll dýrsins
Sie zog eines ihrer schönsten Kleider an, um ihm zu gefallen
hún klæddist einum flottasta kjólnum sínum til að þóknast

honum
und sie wartete geduldig auf den Abend
og hún beið þolinmóð eftir kvöldinu
kam die ersehnte Stunde
loksins kom óskastundin
die Uhr schlug neun, doch kein Tier erschien
klukkan sló níu, samt birtist ekkert dýr
Schönheit befürchtete dann, sie sei die Ursache seines Todes gewesen
fegurð óttaðist þá að hún hefði verið orsök dauða hans
Sie rannte weinend durch den ganzen Palast
hún hljóp grátandi um alla höllina
nachdem sie ihn überall gesucht hatte, erinnerte sie sich an ihren Traum
eftir að hafa leitað hans alls staðar, mundi hún draum sinn
und sie rannte zum Kanal im Garten
og hún hljóp að síkinu í garðinum
Dort fand sie das arme Tier ausgestreckt
þar fann hún fátæka dýrið útréttað
und sie war sicher, dass sie ihn getötet hatte
og hún var viss um að hún hefði drepið hann
sie warf sich ohne Furcht auf ihn
hún kastaði sér yfir hann án nokkurs ótta
sein Herz schlug noch
hjarta hans sló enn
sie holte etwas Wasser aus dem Kanal
hún sótti vatn úr skurðinum
und sie goss das Wasser über seinen Kopf
og hún hellti vatninu yfir höfuð hans
Das Tier öffnete seine Augen und sprach mit der Schönheit
dýrið opnaði augun og talaði til fegurðar
„Du hast dein Versprechen vergessen"
"Þú gleymdir loforði þínu"
„Es hat mir das Herz gebrochen, dich verloren zu haben"
„Ég var svo sár að hafa misst þig"
„Ich beschloss, zu hungern"

„Ég ákvað að svelta mig"
„aber ich habe das Glück, Sie wiederzusehen"
"en ég er ánægð með að sjá þig einu sinni enn"
„so habe ich das Vergnügen, zufrieden zu sterben"
„svo ég hef ánægju af að deyja sáttur"
„Nein, liebes Tier", sagte die Schönheit, „du darfst nicht sterben"
"Nei, elskan dýr," sagði fegurð, "þú mátt ekki deyja"
„Lebe, um mein Ehemann zu sein"
"Lifðu til að vera maðurinn minn"
„Von diesem Augenblick an reiche ich dir meine Hand"
"frá þessu augnabliki gef ég þér hönd mína"
„und ich schwöre, niemand anderes als Dein zu sein"
"og ég sver að vera enginn nema þinn"
„Ach! Ich dachte, ich hätte nur Freundschaft für dich."
"Æ! Ég hélt að ég ætti aðeins vináttu við þig"
"aber der Kummer, den ich jetzt fühle, überzeugt mich;"
"en sorgin sem ég finn núna sannfærir mig;
„Ich kann nicht ohne dich leben"
"Ég get ekki lifað án þín"
Schönheit hatte diese Worte kaum gesagt, als sie ein Licht sah
fegurðin hafði varla sagt þessi orð þegar hún sá ljós
der Palast funkelte im Licht
höllin tindraði af ljósi
Feuerwerk erleuchtete den Himmel
flugeldar lýstu upp himininn
und die Luft erfüllt mit Musik
og loftið fylltist af tónlist
alles kündigte ein großes Ereignis an
allt gaf fyrirvara um einhvern stórviðburð
aber nichts konnte ihre Aufmerksamkeit fesseln
en ekkert gat haldið athygli hennar
sie wandte sich ihrem lieben Tier zu
hún sneri sér að dýrinu sínu
das Tier, vor dem sie vor Angst zitterte

dýrið sem hún skalf af ótta fyrir
aber ihre Überraschung über das, was sie sah, war groß!
en undrun hennar var mikil á því sem hún sá!
das Tier war verschwunden
dýrið var horfið
stattdessen sah sie den schönsten Prinzen
í staðinn sá hún yndislegasta prinsinn
sie hatte den Zauber beendet
hún hafði bundið enda á álögin
ein Zauber, unter dem er einem Tier ähnelte
álög þar sem hann líktist skepnu
dieser Prinz war all ihre Aufmerksamkeit wert
þessi prins var verðugur allrar athygli hennar
aber sie konnte nicht anders und musste fragen, wo das Biest war
en hún gat ekki annað en spurt hvar dýrið væri
„Du siehst ihn zu deinen Füßen", sagte der Prinz
„Þú sérð hann við fætur þér," sagði prinsinn
„Eine böse Fee hatte mich verdammt"
„Guðlaus ævintýri hafði dæmt mig"
„Ich sollte diese Gestalt behalten, bis eine wunderschöne Prinzessin einwilligte, mich zu heiraten."
„Ég átti að vera í því formi þar til falleg prinsessa samþykkti að giftast mér"
„Die Fee hat mein Verständnis verborgen"
"álfurinn faldi skilning minn"
„Du warst der Einzige, der großzügig genug war, um von meiner guten Laune bezaubert zu sein."
"þú varst sá eini nógu örlátur til að heillast af gæsku skapi mínu"
Schönheit war angenehm überrascht
fegurðin kom glaðlega á óvart
und sie gab dem bezaubernden Prinzen ihre Hand
og hún rétti hinum heillandi prins hönd sína
Sie gingen zusammen ins Schloss
fóru þeir saman inn í kastalann

und die Schöne war überglücklich, ihren Vater im Schloss zu finden
og fegurð var fegin að finna föður sinn í kastalanum
und ihre ganze Familie war auch da
og öll fjölskyldan hennar var þar líka
sogar die schöne Dame, die in ihrem Traum erschienen war, war da
jafnvel fallega konan sem birtist í draumi hennar var þarna
"Schönheit", sagte die Dame aus dem Traum
"fegurð," sagði frúin úr draumnum
„Komm und empfange deine Belohnung"
"komdu og fáðu laun þín"
„Sie haben die Tugend dem Witz oder dem Aussehen vorgezogen"
"þú hefur valið dyggð fram yfir vitsmuni eða útlit"
„und Sie verdienen jemanden, in dem diese Eigenschaften vereint sind"
"og þú átt skilið einhvern sem þessir eiginleikar eru sameinaðir í"
„Du wirst eine großartige Königin sein"
"þú verður frábær drottning"
„Ich hoffe, der Thron wird deine Tugend nicht schmälern"
"Ég vona að hásætið muni ekki draga úr dyggð þinni"
Dann wandte sich die Fee an die beiden Schwestern
þá sneri álfurinn sér að systrunum tveimur
„Ich habe in eure Herzen geblickt"
"Ég hef séð innra með hjörtum þínum"
„und ich kenne die ganze Bosheit, die in euren Herzen steckt"
"og ég veit alla þá illsku sem hjörtu þín innihalda"
„Ihr beide werdet zu Statuen"
"þið tvö verðið styttur"
„Aber ihr werdet euren Verstand bewahren"
"en þú munt halda huga þínum"
„Du sollst vor den Toren des Palastes deiner Schwester stehen"

"Þú skalt standa við hlið hallar systur þinnar"
„Das Glück deiner Schwester soll deine Strafe sein"
"hamingja systur þinnar skal vera þín refsing"
„Sie werden nicht in Ihren früheren Zustand zurückkehren können"
"þú munt ekki geta snúið aftur til fyrri ríkja þinna"
„es sei denn, Sie beide geben Ihre Fehler zu"
"nema þið viðurkennið báðir galla ykkar"
„Aber ich sehe voraus, dass ihr immer Statuen bleiben werdet"
"en ég er fyrirséð að þú munt alltaf vera styttur"
„Stolz, Zorn, Völlerei und Faulheit werden manchmal besiegt"
„Stundum er sigrað á stolti, reiði, mathætti og iðjuleysi"
„aber die Bekehrung neidischer und böswilliger Gemüter sind Wunder"
" en umskipti öfundsjúkra og illgjarnra huga eru kraftaverk"
sofort strich die Fee mit ihrem Zauberstab
strax gaf álfurinn högg með sprota sínum
und im nächsten Augenblick waren alle im Saal entrückt
og á augnabliki voru fluttir allir sem í salnum voru
Sie waren in die Herrschaftsgebiete des Fürsten eingedrungen
þeir höfðu farið inn í ríki höfðingjans
die Untertanen des Prinzen empfingen ihn mit Freude
Þingmenn prinsins tóku á móti honum með gleði
der Priester heiratete die Schöne und das Biest
presturinn giftist fegurð og dýrinu
und er lebte viele Jahre mit ihr
og hann bjó hjá henni mörg ár
und ihr Glück war vollkommen
og hamingja þeirra var fullkomin
weil ihr Glück auf Tugend beruhte
vegna þess að hamingja þeirra var byggð á dyggð

Das Ende / Endirinn

www.tranzlaty.com